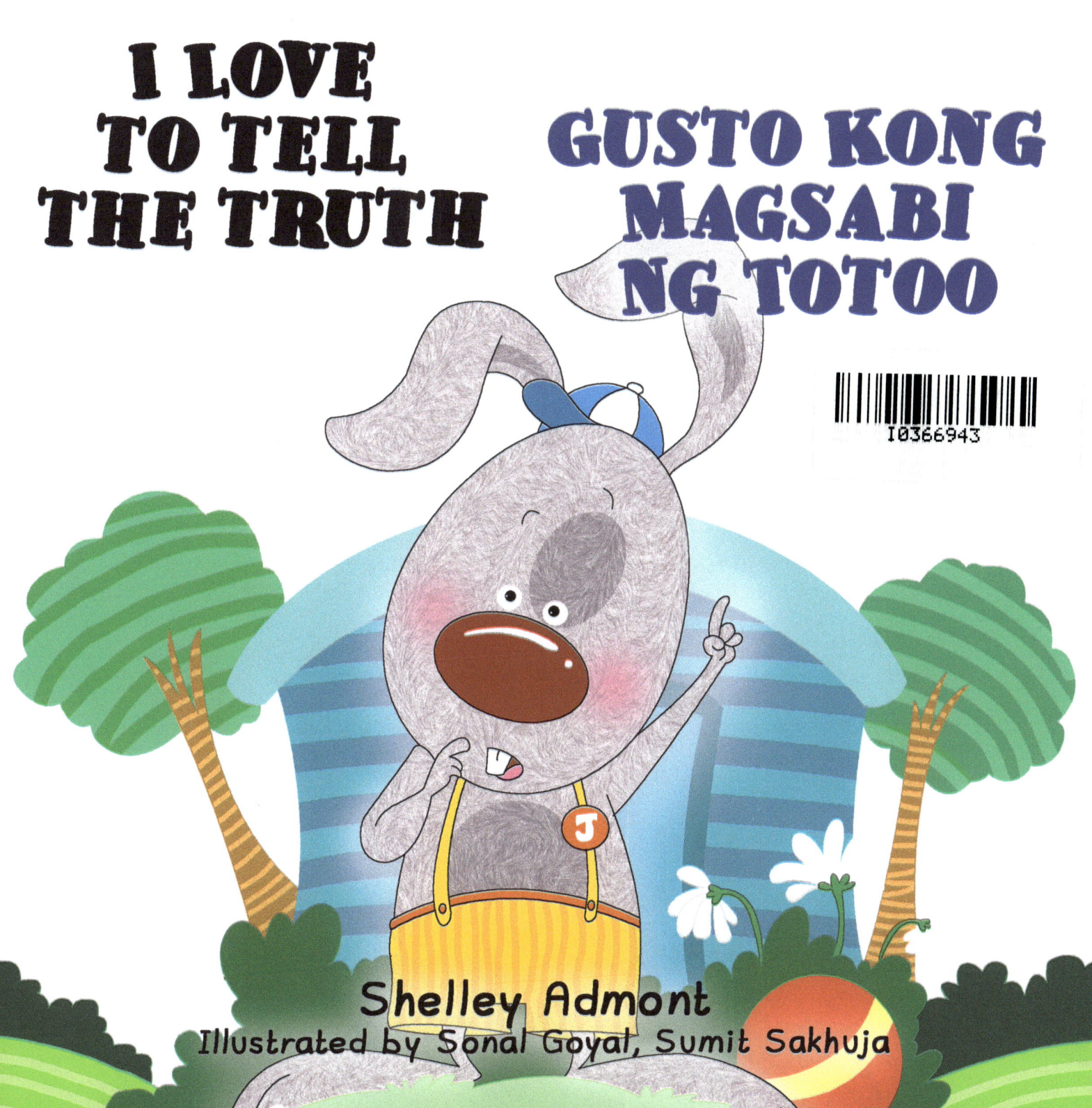

www.kidkiddos.com
Copyright©2015 by S.A.Publishing ©2017 by KidKiddos Books Ltd.
support@kidkiddos.com

All rights reserved. No part of this book may be reproduced in any form or by any electronic or mechanical means, including information storage and retrieval systems, without written permission from the publisher or author, except in the case of a reviewer, who may quote brief passages embodied in critical articles or in a review.
Lahat ng karapatan ay nakalaan.
Second edition, 2019

Translated from Englsih by Melissa S. Lobo
Isinalin mula sa wikang Ingles ni Melissa S. Lobo

Library and Archives Canada Cataloguing in Publication
I Love to Tell the Truth (Tagalog Bilingual Edition)/ Shelley Admont
ISBN: 978-1-5259-1653-3 paperback
ISBN: 978-1-77268-514-5 hardcover
ISBN: 978-1-77268-345-5 eBook

Please note that the Tagalog and English versions of the story have been written to be as close as possible. However, in some cases they differ in order to accommodate nuances and fluidity of each language.

For those I love the most–S.A.
Para sa mga pinakamamahal ko–S.A.

It was a beautiful summer day. The sun was shining brightly. The birds were chirping. The butterflies and the bees were busy visiting the colorful flowers.

Isang napakagandang araw ng tag-init. Maliwanag ang sikat ng araw. Maririnig mo ang huni ng mga ibon. Abala naman sa pagbisita sa mga makukulay na mga bulaklak ang mga paru-paro at bubuyog.

Little bunny Jimmy was playing ball in the backyard with his two older brothers. Their mom was watering her favorite daisies.

Ang munting kunehong si Jimmy ay naglalaro ng bola sa kanilang bakuran, kasama ang kanyang dalawang nakatatandang kapatid. Ang kanilang ina ay abala sa pagdidilig ng kanyang paboritong mga daisy.

"Be careful not to go near my flowers, boys," said mom.

"Mag-ingat kayo at baka matamaan ninyo ang mga bulaklak ko, mga anak," sabi ni nanay.

"Sure mom," yelled Jimmy.

"Oo naman po nanay," sagot ni Jimmy.

"Don't worry mom," said the oldest brother. "Your daisies are safe with us."

"Huwag po kayong mag-alala nanay," sabi naman ng panganay na kuneho. "Ligtas ang mga daisy mo sa amin."

Mom went back to the house while the brothers continued to play outside.

Bumalik na sa bahay si nanay kuneho habang ipinagpatuloy ng magkakapatid ang paglalaro sa bakuran.

"Hey, let's play a different game now," said the oldest brother, twisting the ball.

"Oy, iba naman ang laruin natin ngayon," sabi ng panganay na kapatid ni Jimmy habang iniikot ang bola.

"What game?" asked Jimmy.

"Anong laro?" tanong ni Jimmy.

The oldest brother thought for a second. "Let's toss the ball in the air and see who gets to catch it first."

Sandaling nag-isip ang panganay na kuneho. "Ihagis natin sa ere ang bola at paunahan tayong makasalo."

"I like that," said Jimmy cheerfully.

"Gusto ko iyan," masayang sabi ni Jimmy.

"Let's start," cried the middle brother. "Throw the ball now."

"Magsimula na tayo," bulalas ng pangalawang kapatid ni Jimmy. "Ihagis niyo na ang bola."

The oldest brother threw the ball up in the air as hard as he could.

Malakas na inihagis sa ere ng panganay na kuneho ang bola.

All the bunnies looked up with their mouths open as the big orange ball quickly flew up. Soon, it began to fall back towards the ground.

Silang lahat ay tumingin sa taas ng nakanganga habang ang malaking kulay kahel na bola ay lumipad sa ere. Ilang sandali pa, nagsimula na itong mahulog sa lupa.

Stretching out their hands, the brothers waited eagerly.

Iniunat nila ang kanilang mga braso at mariing hinintay na mahulog ang bola.

When the ball was about to hit the ground, the older brothers ran to catch it.

Nang mahuhulog na ang bola sa lupa, tumakbo ang panganay na kuneho upang saluhin ito.

In a flash, Jimmy leapt forward and reached the ball before them. "Hurray! I win!"

Sa isang iglap, paabanteng tumalon si Jimmy at inabot ang bola bago pa man ito makuha ng kanyang mga kuya. "Hurray! Nanalo ako!"

He jumped in joy and started to run around the backyard in excitement.

Nagtatalon siya sa tuwa at nag-umpisang magtatakbo sa bakuran sa sobrang kasiyahan.

Suddenly, he tripped over a small rock and fell flat on the ground ... right in the middle of his mom's favorite daisy plants.

Nang bigla siyang natapilok sa isang maliit na bato at sumalpak sa lupa... sa mismong gitna ng paboritong mga daisy ng kanilang nanay.

"Ouch!" yelled Jimmy, lifting his head out of the wet soil.

"Aray!" sigaw ni Jimmy habang iniaangat ang kanyang ulo mula sa basang lupa.

His oldest brother ran over and helped him back to his feet. "Jimmy, are you hurt?" he asked.

Agad siyang tinulungang makatayo ng kanyang panganay na kuya. "Jimmy, nasaktan ka ba?" tanong niya.

"No... I think I'm fine," said Jimmy.

"Hindi... Sa palagay ko ay ayos lang ako," sabi ni Jimmy.

"That's because these daisies are so soft, they protected you," explained his oldest brother.

"Dahil ang mga daisy na ito ay napakalambot, prinotektahan ka nila," paliwanag ng panganay na kuya ni Jimmy.

All three bunnies looked sadly at their mom's favorite flowers, which were now crushed. Some of them were broken.

Malungkot na pinagmasdan ng tatlong kuneho ang paboritong mga daisy ng kanilang nanay, na ngayon ay sira sira na. Ang ilan sa mga ito ay naputol pa.

"Mom will not be happy to see this," murmured the oldest brother quietly.

"Hindi matutuwa si nanay kapag nakita niya ito," mahinang bulong ng panganay na kuneho.

"That's for sure," agreed the middle brother.

"Sigurado iyon," sang-ayon ng pangalawang kapatid ni Jimmy.

"Please, please, don't tell mom that I did this. Pleeeeeaaaase..." begged Jimmy, slowly moving away from the ruined daisies.

"Pakiusap, pakiusap, huwag ninyong sasabihin kay nanay na ako ang gumawa nito. Pakiusaaaaap..." pagmamakaawa ni Jimmy habang dahan dahang lumalayo sa mga nasirang daisy.

That moment, their mom came running out from the house. "Kids, what happened? I just heard someone scream. Are you all OK?"

Nang mga sandaling iyon, tumatakbong dumating ang kanilang nanay mula sa kanilang bahay. "Mga bata, anong nangyari? May narinig akong sumigaw kanina lang. Ayos lang ba kayo?"

"We're fine, mom" said the oldest brother. "But your flowers…"

"Ayos lang kami, nanay," sabi ng panganay na kuneho. "Pero ang iyong mga bulaklak…"

It wasn't until that moment that their mom noticed the ruined flowerbed. She sighed. "How did this happen?" she asked, her shoulders drooping.

Napansin ng nanay nila ang nawasak na mga bulaklak. Napabuntong-hininga siya. "Paano ito nangyari?" tanong niya na bagsak ang balikat.

"It was aliens," Jimmy hastened to answer. "They came from… out there…" He pointed to the sky. "I saw them walking over your little daisy garden. Really, mom."

"Yung mga alien," mabilis na sagot ni Jimmy. "Nagmula sila sa… roon…" Itinuro niya ang langit. "Nakita ko silang naglalakad sa ibabaw ng iyong munting hardin ng mga daisy. Totoo, nanay."

Mom raised her eyebrow and looked into Jimmy's eyes. "Aliens?"

Itinaas ni nanay kuneho ang kanyang kilay at tinignan sa mata si Jimmy. "Alien?"

"Yes, and they flew away in their spaceship."

"Opo, at lumipad na sila paalis sakay ng kanilang spaceship."

Mom sighed again. "It's good that they flew away," she said, "because now it's time for dinner. Don't forget to wash your hands. And Jimmy…"

Napabuntong-hininga ulit ang kanyang nanay. "Mabuti naman at lumipad na sila paalis," sabi niya, "dahil ngayon ay oras na ng hapunan. Huwag ninyong kalimutang hugasan ang inyong mga kamay. At Jimmy…"

"Yes, mom," said Jimmy.
"Po, nanay," sabi ni Jimmy.

"Go wash your face too," she added.
"Hugasan mo na rin ang iyong mukha," dagdag ni nanay kuneho.

During the dinner, Jimmy was very quiet. He felt uncomfortable. He couldn't eat and he couldn't drink. He didn't even want to try his favorite carrot cake.

Habang naghahapunan, napakatahimik ni Jimmy. Hindi siya kumportable. Hindi siya makakain at makainom. Ni ayaw niyang tikman ang kanyang paboritong cake.

At night, Jimmy couldn't sleep. Something didn't feel right. Getting up, he approached his oldest brother's bed.

Nang gabing iyon, hindi makatulog si Jimmy. Parang may mali. Pagbangon, pumunta siya sa kama ng kanyang panganay na kuya.

"Hey, are you sleeping?" he whispered.

"Oy, tulog ka na ba?" bulong niya.

"Jimmy, what happened?" mumbled his oldest brother, slowly opening his sleepy eyes. "Go back to your bed."

"Anong nangyari, Jimmy?" inaantok pang sabi ng kanyang kuya habang dahan dahang minumulat ang mga mata. "Bumalik ka na sa iyong kama."

"I can't sleep. I keep thinking about mom's flowers," said Jimmy quietly. "I should have been careful with them."

"Hindi ako makatulog. Naiisip ko ang mga bulaklak ni nanay," mahinang sabi ni Jimmy. "Sana naging maingat ako."

"Oh, that was an accident," said the oldest brother. "Go back to sleep!"
"Oh, aksidente lang iyon," sabi ng panganay na kuya ni Jimmy. "Bumalik ka na sa pagtulog mo!"

"But I should not have lied to mom," said Jimmy still staying there.
"Pero dapat hindi na lang ako nagsinungaling kay nanay," sabi ni Jimmy na hindi umaalis sa kama ng kanyang kuya.

The oldest brother sat up on his bed. "Yes," he agreed. "You should have told her the truth."
Umupo sa kanyang kama ang panganay na kuneho. "Oo," sang-ayon nito. "Dapat ay sinabi mo na lamang ang totoo."

"I know," said Jimmy, shrugging his shoulders. "What am I going to do now?"
"Alam ko," sabi ni Jimmy na nagkibit-balikat. "Ano na ang gagawin ko ngayon?"

"For now, go to sleep. And in the morning, you will tell mom the truth. Deal?"
"Sa ngayon ay matulog ka na muna. At bukas ng umaga ay sabihin mo kay nanay ang totoo. Payag ka ba?"

"OK," said Jimmy and he trudged slowly to his bed.

"*Sige,*" *sabi ni Jimmy at marahang bumalik sa kanyang kama.*

The next morning, he woke up very early, jumped out of his bed, and ran looking for his mom. She was in the backyard.

Kinaumagahan, maaga siyang nagising, tumalon mula sa kanyang kama at patakbong hinanap ang kanyang nanay. Nasa bakuran ito.

"Mommy," Jimmy called. "I was the one who ruined your flowers, not the aliens." He ran over and hugged his mom.

"Nanay," tawag ni Jimmy. "Ako po ang nakasira sa iyong mga bulaklak, hindi ang mga alien." Tumakbo siya sa kanyang nanay at niyakap ito.

Mom hugged him back and replied, "I'm so happy that you told the truth. I know it wasn't easy, and I'm proud of you, Jimmy."

Niyakap din siya ng kanyang nanay at nagsabing, "Napakasaya ko at sinabi mo na ang totoo. Alam kong hindi madali ngunit ipinagmamalaki kita, Jimmy."

"Please don't be sad about the flowers. We'll think of something," said Jimmy.

"Pakiusap, huwag na po kayong malungkot. Mag-iisip tayo ng paraan," sabi ni Jimmy.

Mom shook her head. "I was not worried about the flowers. I was sad about you not telling me the truth."

Ipiniling ni nanay kuneho ang kanyang ulo. "Hindi ako nalulungkot dahil sa mga bulaklak. Nalungkot ako dahil hindi mo sinabi ang totoo."

"I'm sorry, mom," said Jimmy. "I won't lie again."

"Patawad, nanay," sabi ni Jimmy. "Hindi na ako magsisinungaling ulit."

After breakfast, Jimmy and his dad went to buy some daisy seedlings, and the whole family helped mom plant them.

Pagkatapos mag-almusal, si Jimmy at kanyang tatay ay bumili ng mga binhi ng daisy at sama-sama nilang itinanim ang mga iyon.

Jimmy learned that telling the truth makes him and his family happy. That's why from that day on, he always tells the truth.

Natutunan ni Jimmy na sa pagsasabi ng katotohanan, sasaya siya at ang kanyang pamilya. Kung kaya't mula noong araw na iyon ay lagi na siyang nagsasabi ng totoo.

www.ingramcontent.com/pod-product-compliance
Lightning Source LLC
Chambersburg PA
CBHW061137070526
44584CB00033B/4347